அறிவுமதி

பறக்கும் தும்பிகள்

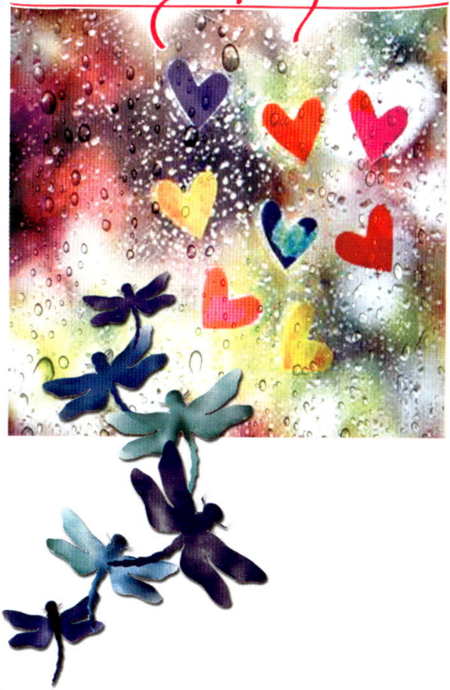

இறுகத் தழுவும்
இருவர்க்கு இடையில்
சிக்கிய காற்று
நசுங்கித்
தகடாகுக
∎

வீழும் இருவர்க்கு இனிதே வளியிடை
போழப் படாஅ முயக்கு

• இன்பக்குறள் 1108 •

மழைத்தும்பிகள் ▪ கவிதைகள் ▪
அறிவுமதி ▪ உரிமை : ஆசிரியருக்கு ▪ பேச : 99402 21800
மின்னஞ்சல் : arivumathi@hotmail.com ▪ முதல் பறத்தல்:
ஜூலை 2016 ▪ நூலாக்க உறுதுணை : பா.மீனாட்சிசுந்தரம்
எழுத்தோவியம் : பி.ராஜன் ▪ வடிவழகு : பாலா.ஜி
அச்சழகு : ஜோதி எண்டர்பிரைசஸ்

வெளியீடு: கவிதா பப்ளிகேஷன்
தபால் பெட்டி எண் : 6123
8. மாசிலாமணி தெரு, பாண்டிபஜார் அருகில்,
தி.நகர், சென்னை - 600 017.
பேச: 24364243 / 24322177
e-mail:kavithapublication@gmail.com
விலை: ரூ.140

பிரிவில் உறைந்திருந்து
சந்திப்பில் கரைபவர்களுக்கு

என் லிங்கு பிருந்தாவுக்கு

நன்றி குங்குமம்

காதல்.. மாலை.
காமம்.. இரவு.
நட்பு.. விடியல்.

காமம்

துளிகளில் வானம் படித்தல்
கூழாங்கற்களில் ஆறு குடித்தல்

இது தத்துவப் பாசிகளை விலக்கி
மடுவின் ஆதித் தண்ணீரைக்
கண்ணாடியாக்கி
மெய்களால் மெய் பார்த்தல்

காமம் கதவு

திறந்து நுழைந்தால் இருட்டாகிறோம்
திறந்து வெளியேறினால்
வெளிச்சமாகிறோம்

இதைத் தூண்டுதல் தவறு
தாண்டுதல் சரி
அதாவது தீண்டித் தாண்டுதல்

காமம் இயற்கை

இயற்கையின் துகள்களே நாம்
உலகின் அனைத்து உயிரிகளுக்குமான இயற்கை
நமக்கு மட்டுமே செயற்கையானது
அதை மீளவும் இயற்கை செய்தலே அழகு

அகத் தமிழிலும்
குறள் தமிழ் மூன்றிலும்
பறந்த அதே மழைத்தும்பிகள்தாம்

இதோ உள்பக்கங்களிலும்
தாழப் பறக்கச் சம்மதித்திருக்கின்றன

தும்பிகள் தாழப் பறந்தால்
மழை வரும்
வந்தால்
தும்பிகளின் சிறகுகளில்
பட்டுத் தெறித்து
உங்களையும் ஈரம் செய்யும்

ஈரம் செய்யும் இந்த மழை
நம்மை இயற்கை செய்யும்
இயற்கையாவோம்

அன்புடன்
அறிவுமதி

நீ

வருகிற

வரை

இங்கேதான்

இருந்தேன்

மழைத்துளிகள் • 10 • அறிவுமதி

தூங்க வைக்கத் தெரிந்தவர்களுக்கே
வாய்க்கிறார்கள்
தூங்க விடாத பெண்கள்

கண்களுக்குத் தெரியாமல்
பார்த்துக் கொள்வதற்குப் பெயர்தான்
இறுகத் தழுவுதல்

காமம் என்பது வேறொன்றுமில்லை
ஒரு காட்டை அவிழ்த்துத்
தங்கள் மேல்
உதறிக் கொள்ளுதல்

∎

குற்றமற்ற மிகச் சிறந்த
நல்ல தருணங்களை
நழுவ விட்டவர்கள்தாம்
நாற்பதுக்கு மேல் தனித்த படுக்கையில்
அழுது கொண்டிருப்பவர்கள்

∎

வழக்கமாக நாம் அமரும் கடற்கரை
அப்போதெல்லாம்
நீ நான்
மிக உயரத்தில் நிலா
இன்று
நீ நான்
இருவருக்கும் நடுவில் நிலா
காமம் வடிந்த உடல்களுக்கு நடுவே
கட்டாயமாக அடம்பிடித்து
வந்து அமருமாம்
நிலா

அந்த வானூர்தி நிலையத்தில்
அவனை
அப்படித்தான் பார்த்தேன்
நீயும்
அப்படிப் பார்க்காமலா இருந்திருப்பாய்
என்ன செய்வது
எல்லோருமே
காமத்திற்குப்
பிறந்தவர்கள்தாமே

■

மழைத்தும்பிகள்•16•அறிவுமதி

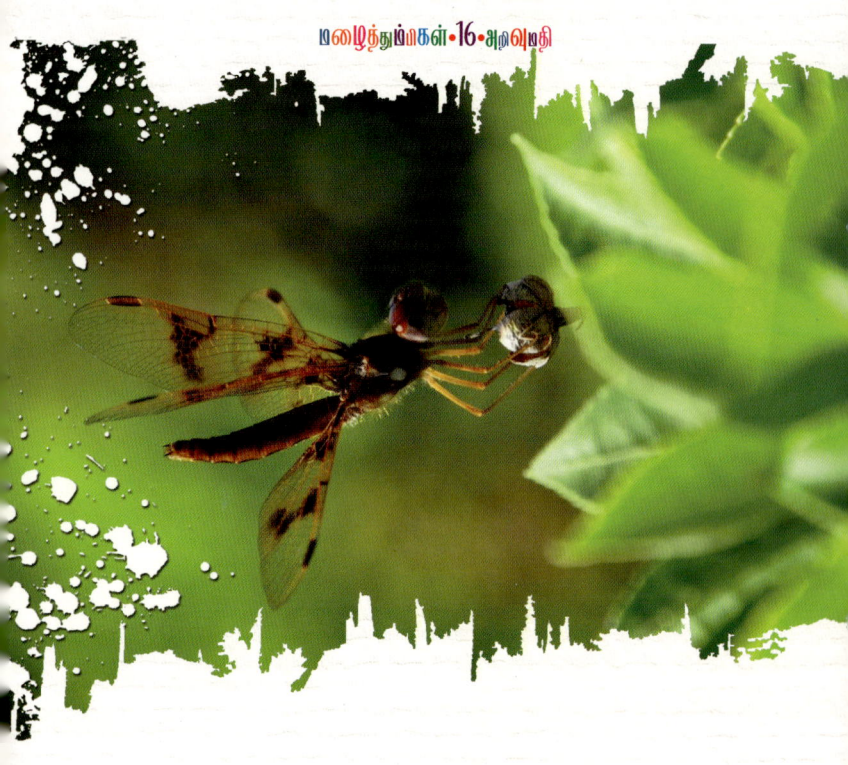

நீ இல்லாமல் வாழப்
பழகி
விட்டேன்
நாம் இல்லாமல் வாழ
எப்போது
பழகுவேன்

■

எல்லாம் மறந்து விட்டது
மறுபடியுமாக
என்னைத்
திரும்பிவரச் சொல்லி
தேநீர் தந்து
உற்றுப் பார்த்துவிட்டுத்
தொடாமலே
வழியனுப்பியதைத் தவிர்த்து

ஒற்றைப் பார்வையில் எரிந்திருக்கின்றன
நம்பிக்கையோடு எழுதிக்கொண்டிருந்த
நான்கைந்து ஆண்டுக் கால
நாட்குறிப்புகள்

மழைத்துளிகள் • 19 • அறிவுமதி

குளித்து வந்த கூந்தலோடு
பேசப் பழகு
உடல் பொறாமைப்பட

∎

மழைத்துப்பிகள் • 20 • அறவுமதி

காமத்திற்கு முன்
கவிதை எழுதுகிறவன்
பிச்சைக்காரன்
காமத்திற்குப் பின்
கவிதை எழுதுகிறவன்
மிச்சக்காரன்

∎

மழைத்தும்பிகள் • 21 • அறிவுமதி

நீண்டதூரப் பயணங்களின் போதான
கனவுகளில் வந்து
தலைகோதிவிட்டுப் போகிற
யாருமே
மறக்க முடியாதவர்கள்தாம்

■

எடையற்ற தருணமே
சொல்லும்
காமத்தின் துல்லிய
எடையை

மழைத்துப்பிகள் • 23 • அறிவுமதி

ஒழுங்கான பெண்களைக்
கெடுப்பவர்களே
பழங்காதலிகளைப் பற்றிய
பெருமை
பேசிக் கொள்பவர்கள்தாம்

∎

மழைத்துளிகள் • 24 • அறிவுமதி

பெரிய காதல் என்பதே
பெருந்தன்மையோடு
வழியனுப்புதல்தான்

∎

இப்போ நான்
சரியா
என்கிற
மிருகத்தை எழுப்பித்
தன்னைத் தின்னக் கொடுக்காத எவனும்
சொல்லிக் கொள்ளவே கூடாது
தன்னை ஓர் ஆணென்று

∎

போய்ச் சேர்ந்து விட்டதாய்த்
தொலைப்பேசியில் சொல்கிறாய்
உண்மையைச் சொல்லவா
இன்னும் முடியவே இல்லையடா
நேற்றுத் தொடங்கிய நம் கலவி

■

குடும்பநல வழக்கிற்காகச் சந்தித்த
ஆண்களைப் படித்த
அனுபவத்தில் சொன்னது மனசு
அவன் ஒன்றும்
அவ்வளவு கெட்டவனில்லை

இரவு நீதானே சொன்னாய்
இடையூறாக இருக்கிறது என்று
அதுதான் முதன்முதலாக
நீ முத்தமிட்டுத் தந்த
கூழாங்கல்லோடு
கழற்றி வைத்திருக்கிறேன்
தாலியை

சமூகம் கொடுத்த அங்கீகாரத்திற்காகவே
பல எழுத்தாளர்களின்
உலகத் தரம் வாய்ந்த காமப் பிரதிகள்
நினைக்கப்படுதலோடே
எரிக்கப்படுகின்றன

∎

வாழ்க்கை வேறொன்றுமில்லை
உனக்குக் கிடைக்காத ஆணுக்காக
உனக்குக் கிடைக்கிற ஆணுக்கு
உன்னைக் கிடைக்காமல் செய்வது

ஆற்றோரத்துக் கோரையில்
புணர்ந்தபடியே
நீண்ட நேரம் அமர்ந்திருந்த
அந்தத் தும்பிகளின் கண்களில்
பதிந்திருப்போமோ என்கிற
குற்ற உணர்வோடு
அந்த இரவை அப்படியே
விடியவைத்தோம்

∎

உழைத்து முடித்த களைப்புகளோடு
பல மாதங்களுக்குப் பிறகு
வந்திருக்கிற இவனைத்
தூங்க வைத்து அழகு பார்க்கிறது
என் காமம்

■

மழைத்துப்பிகள் •33• அழுவுமதி

அடவுகள் பதுங்கிய
உடல்களுக்குள்ளிருந்துதான்
வெளியேறுகின்றது
உடும்புகளின் இசை

மழைத்துப்பிகள் • 34 • அறிவுமதி

மூட மூடத்தான்
நிர்வாணம்

∎

மழைத்துப்பிகள் • 35 • அறிவுமதி

மௌனம்
விழுங்குபவரை
விழுங்குதல்

■

மழைத்துப்பிகள் • 36 • அறிவுமதி

மழைக்காலத்துக் குளிர்
போலில்லை
பனிக்காலத்துக் குளிர்
■

மழைத்துளிகள் • 37 • அறிவுமதி

இடையூறு செய்யாமல்
படித்துக் கொண்டிருக்கும்
பெண்ணின்
முகம் திறந்து
நூலகம் போயிருக்கிறீர்களா
∎

மழைத்தும்பிகள் • 38 • அறவுழுதி

இருட்டுக்குப் பிறகான
வெளிச்சத்திற்காகத்தான்
காத்திருக்கின்றன கண்கள்

∎

மழைத்துப்பிகள் • 39 • அறிவுமதி

வழியனுப்பிவிட்டு வந்து
கண்ணாடி முன் நின்றேன்
வந்து விட்டாய்

மழைத்துப்பிகள் • 40 • அறிவுமதி

நினைக்க வையுங்கள்
பேச வைத்து
விடாதீர்கள்

மழைத்துமிகள் • 41 • அறிவுமதி

ஒருவர் நிலா பார்த்தால்தான்
ஒருவர் நிலாக்கள்
பார்க்கலாம்

∎

ஆமாம் ஆமாம்
அது
கிணற்றில்
பிடித்த
மீனைக்
குளத்தில்
விடுவது
∎

காத்திருந்த இடத்திலிருந்து
அழைத்துப் போய்
மறுபடியுமாக
அதே இடத்தில்
கொண்டுவந்து
காத்திருக்க வைப்பவர்கள்
எத்தனைபேர்

∎

எழுத்துகளை
ஒழுங்கு செய்துவிட்டுப்
படிப்பது கவிதை
கலைத்துப் போட்டுவிட்டுப்
படிப்பது
அது

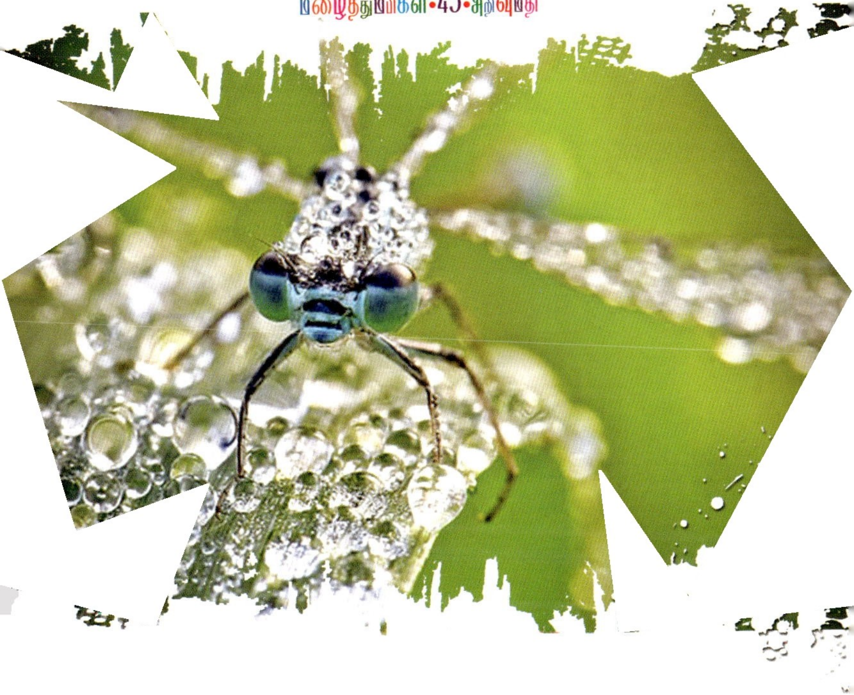

மழைத்தும்பிகள் • 45 • அறிவுமதி

ஒருக்களிக்கச் சம்மதித்த
உடல்களில்
எது கீழ்
எது மேல்

■

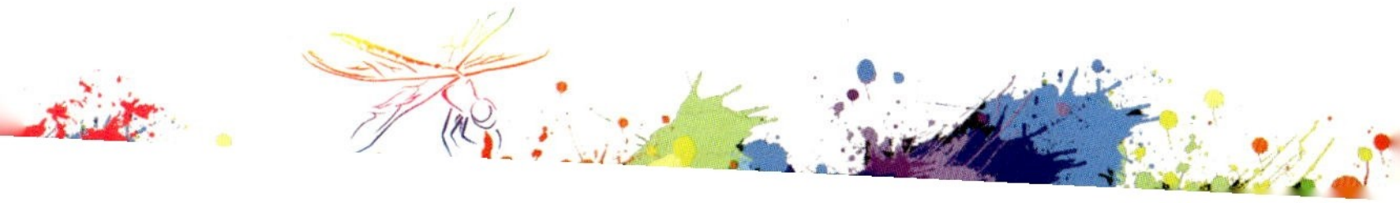

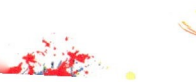

மழைத்துளிகள் • 46 • அறிவுமதி

தொலைபேசியை எடுத்தால்
நீ பேச வேண்டியதுதானே
எதற்காகப் பல்லியைப்
பேச விடுகிறாய்

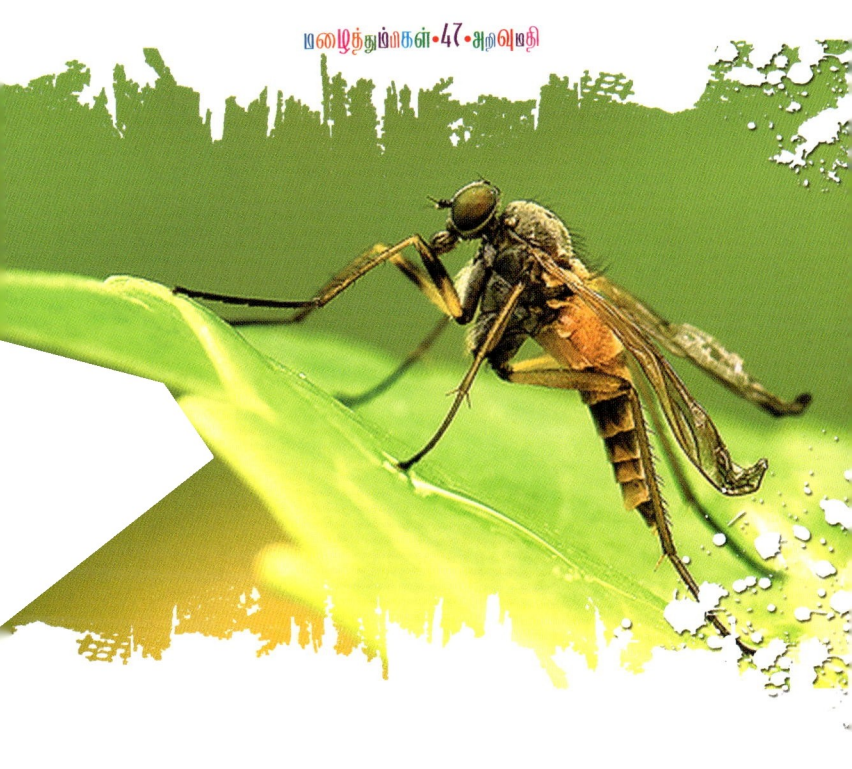

இடையூறு செய்யாதீர்கள்
மூடுபனிக்குள்
தொலைந்திருக்கின்றன
குருவிகள்

மழைத்துப்பிகள் •48• அறிவுமதி

வெள்ளம் வடிந்த பிறகுதான்
ஓடத் தொடங்குகிறது
ஆறு
தெளிவாக

ஒத்துழைப்பிற்கு நன்றிடா
இதோ
அதன் தொடர்ச்சியாகத்தான்
கேட்டுக் கொண்டிருக்கிறேன்
புல்லாங்குழல் இசை

எதுவும் குற்றமில்லை
அந்த நொடிக்கு அதுதான் சரி
எழுந்து வேண்டுமானால்
சோம்பல் முறித்துக்கொள்

மழைத்துளிகள் • 51 • அறிவுமதி

நசுங்கத் தூங்க வைத்துப்
பெருமூச்சு விடுகிறவனுக்குத்தான்
வாய்க்கும்
அந்தப் பெருமிதம்

மழைத்துப்பிகள் • 52 • அருவுமதி

விடைபெற்ற பிறகு
திரும்பிப் பார்க்க வைக்காத
அளவிற்குத்
திருப்தியான உடல்நாள்
அது

■

மழைத்துளிகள் • 53 • அறிவுமதி

பையா நீ அனுப்பிவைத்துள்ள
ஆடைகள் அழகாகத்தாம்
இருக்கின்றன
ஆனாலும் கேட்கிறேன்
ஆடைகள் என்பவை
கட்டிப் பார்க்கையிலா
அழகு
■

கடலின் வெகுநேரப்
பேரிரைச்சலுக்குப்
பின்புதான்
கேட்க வாய்த்தது
சங்கின் இசை

அவ்வளவு எளிதில்லை
அதற்காக
இல்லையென்று
ஏற்க வைத்து
அதற்காகத்
தொடுவது

∎

உண்மையைச் சொல்
இன்றைய வாசிப்பில்
முகம்
கணக்குப் புத்தகமா
கவிதைப் புத்தகமா

மழைத்துப்பிகள் • 57 • அறிவுமதி

எல்லாவற்றையும் மறப்பவர்களே
அனுபவிக்கிறார்கள்

■

மழைத்துப்பிகள் • 58 • அறவுமதி

பூட்டிய கதவைத் திறக்காமல்
வந்து படுப்பவரே
உண்மையானவர்

■

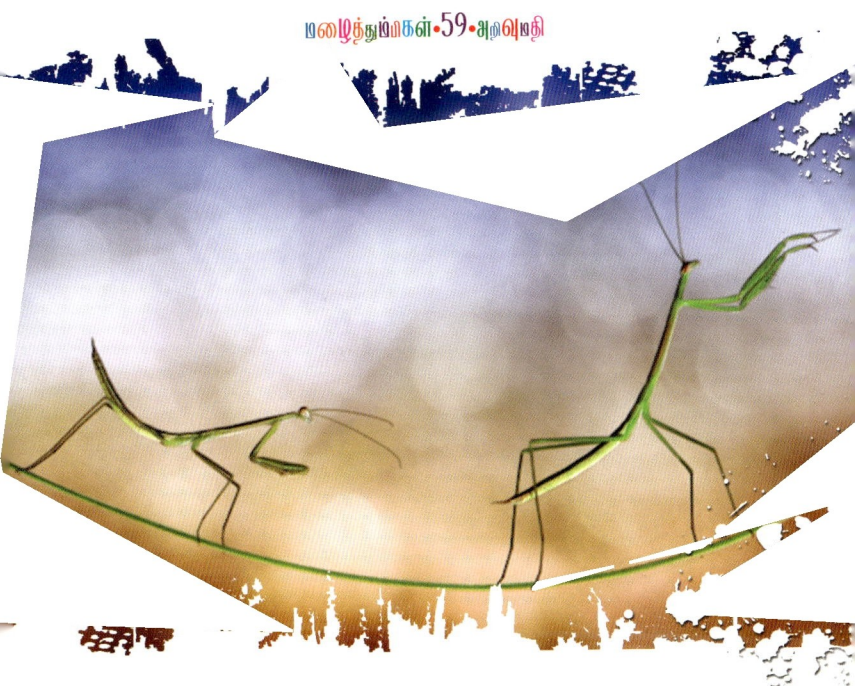

உன் பிரிவிற்குப் பிறகு
உறுதியாக இருக்கிறேன்
குளிக்கும்போது மட்டுமே
என்னைத் தொடுகிறேன்

∎

மழைத்துப்பிகள் • 60 • அறுவடை

கணவாயில் நுழைகிறது
மஞ்சு

வேறு என்ன செய்ய
படித்துக் கொண்டிருக்கிறேன்
எழுதியதை

மழைத்துளிகள் • 62 • அறுவடி

அணைக்கட்டின் சுழலுக்கு
நேர் உயரத்தில் சிறகசைக்காத
மீன் கொத்தி

மழைத்துளிகள் • 63 • அறிவுமதி

பரவாயில்லை இன்றைக்கு
விடுமுறை எடுத்துக்கொண்டு
நாளைக்குப் போ என்று சொல்ல
எப்போதோ ஒருமுறைதான்
உடல் அனுமதிக்கிறது

∎

நீ போனபிறகு
குற்றம் சொல்கிறாள் அம்மா
நான் நீண்ட நேரம் குளிக்கிறேனாம்
எனக்கு ஆறுதலாக
அதைக் கொஞ்சம் திருத்தச் சொல்
நீண்ட தூரம் என்று

மழைத்துப்பிகள் • 65 • அறிவுமதி

அசைந்து கொடுக்கும் அலைகளில்
பதுங்குகிறது
கட்டுமரம்

■

மழைத்துப்பிகள் • 66 • அறவுமதி

தேநீர்க் குவளையை வைக்கும்
ஒலியின் அதிர்வில்
மதிப்பெண்
போட்டுவிடுகிறாள்

மழைத்துப்பிகள் • 67 • அறிவுமதி

பக்கத்தில் படுப்பது
எளிது
∎

மழைத்துப்மிகள் • 68 • அறிவுமதி

பாறையைக் கடந்தது மழைக்காற்று
கையளவு நீரில்
சிறகடித்துக் குளிக்கிறது
குருவி

■

மழைத்துளிகள் • 69 • அறிவுமதி

போன பிறகும் இரு
போகாமல்

மழைத்துளிகள் • 70 • அறிவுமதி

கை நீட்டி
மழை வாங்கல் இல்லை
விரல் நீட்டி
மழை வாங்கல்

■

மூழ்கிய மீன்களுக்கே
வாய்க்கிறது
வானத்தின்
பெருமூச்சு

∎

மழைத்துளிகள் • 72 • அழவழி

அது
இருவருமாக எரிந்து
சாம்பல் கண்ட
பொழுது

மழைத்துளிகள் • 73 • அறவுமதி

காலையில் சிணுங்கித் திட்டத்
தேவையாகத்தாம்
இருக்கின்றன
சில
திட்டுகள்
∎

மழைத்துப்பிகள் • 74 • அறிவுமதி

அதற்கு மேல்
அதில் பேச
என்ன இருக்கிறது
■

மழைத்துளிகள் • 75 • அறிவுமதி

யாராக இருந்தால் என்ன
பரிசுப் பொருள்கள் நகைகள்
ம்கூம்
அதற்கு அதுதான்

மழைத்துப்பிகள் • 76 • அறுவடை

உடலைத் தேடி
உடுத்திக் கொள்வதில்
குழப்பம் செய்து கொண்டீர்களா
அது

உள்ளத்தை
ஏமாற்றிவிடலாம்
உடலை

■

மழைத்துப்பிகள் • 78 • அறுவுறுதி

பலர் படுக்கிறார்கள்
சிலர்தாம்
பறக்கிறார்கள்
■

மழைத்துளிகள் • 79 • அறிவுமதி

தாழ்ப்பாள் தேவையற்ற
இருட்டிற்குள்
வெளிச்சமாதல்
அழகு
■

வானத்தின் மீது
பூமி அசைதல்
அடடே

மழைத்துப்பிகள் • 81 • அறிவுமதி

விழும் அருவியை
வாங்குகிறது
பொங்குமாங்கடல்

மழைத்துளிகள் • 82 • அறுவடை

அந்தத் திருப்தியில் தூங்குகிற முகம்
முகம் இல்லை
கவிதை கவிதை

∎

மழைத்துளிகள் • 83 • அறிவுமதி

நொடியில் நழுவ விடாதீர்கள்
காலத்திற்கும்
கிடைக்காமல் போகலாம்

■

மழைத்துளிகள் • 84 • அறுவடை

திமிரை இரசிக்கப் பழகியவனே
வானம் பார்க்கிறான்

மழைத்துப்பிகள் • 85 • அறுவுறுதி

விறால் பிடித்தல்தான்
வேறு என்ன

■

மழைத்துப்கள் • 86 • அறிவழி

வருகிற நாள் தெரிந்துவிட்டது
அவன் வருகிற வானூர்தி
பறப்பதற்குள்
இவள் பறக்கிறாள்

■

மழைத்துப்பிகள் • 87 • அறிவுமதி

தேடக்கிடைக்கும்
பாறைக்குள்
கூழாங்கல்

வழியனுப்பிவிட்டு வந்து படுக்கையில்
படுக்கையில் கிடைத்த
உன் ஒற்றை முடியை எடுத்து
மார்பில் படுக்க வைத்துத்
தூங்க வைக்கிறேன்

ஒன்றன் மீது ஒன்றாய் விழுந்த
ஆடைகளால் ஏற்பட்ட
பேரிரைச்சலில்
நேற்று இரவு முழுக்க
தூங்கவே முடியவில்லை
எங்களால்

■

மழைத்துளிகள் • 90 • அறிவுமதி

மகளுக்கு அம்மா
மகனுக்கு அப்பா
தப்பில்லை
தயவுசெய்து
புரியவையுங்கள்

மழைத்துளிகள் • 91 • அறிவுமதி

பதின்மப் பருவம்
இசை ஆடல் விளையாட்டுக்
காப்பாற்றும்

∎

மழைத்தும்பிகள் • 92 • அறிவுமதி

மாணவிகள் கால்களை
மாணவர்கள் தொடுதல் தவறு
மாணவர்கள் தோள்களை மாணவிகள்
தொடுதல் சரி

மழைத்துளிகள் • 93 • அறிவுமதி

காதலர் நாள்
வண்ணத்துப் பூச்சிகளுக்குத்
தாலிகள் வைத்திருக்கிறீர்களா

∎

மழைத்துளிகள் • 94 • அறிவுடிதி

நம்புங்கள்
நம்மைவிடத் தெளிந்தவர்கள்
நம் பிள்ளைகள்

மழைத்துளிகள் • 95 • அளவுமதி

காதல்
காமமாதல் இயல்பு
காமம்
நட்பாதல் சிறப்பு

∎

மழைத்துப்புகள் • 96 • அறவழுதி

சிறு தானியம்
சிறு தெய்வம்
சிற்றின்பம்
பிழையான
சொல்லாடல்கள்

மரப்பாச்சி
கூட்டாஞ்சோறு
உளவியல்
அழகு

ஆண்கள் பள்ளி
பெண்கள் பள்ளி
நோய் செய்யும்

மழைத்துப்பிகள் • 99 • அறுவடி

எழுந்த உடல்கள்
வானமாகின்றன

மழைத்துளிகள் • 100 • அறிவுமதி

இருவரும் விடியவிடிய
நல்ல பிள்ளைகளாய்ப்
பார்த்துக் கொண்டே
படுத்திருக்க வேண்டும் என்றாய்
உடனே
எத்தனைபேர் கேட்கிறார்கள் பார்
அப்படி இருந்தீர்களா என்று

∎

நண்பர்களாய்க்
காமம் உணர்வதற்குள்
கடந்து விடுகின்றன
ஆறேழு ஆண்டுகள்
∎

மழைத்தும்பிகள் • 102 • அறிவுமதி

கண்களில் வாங்கு

கடவுச்சீட்டு

பற

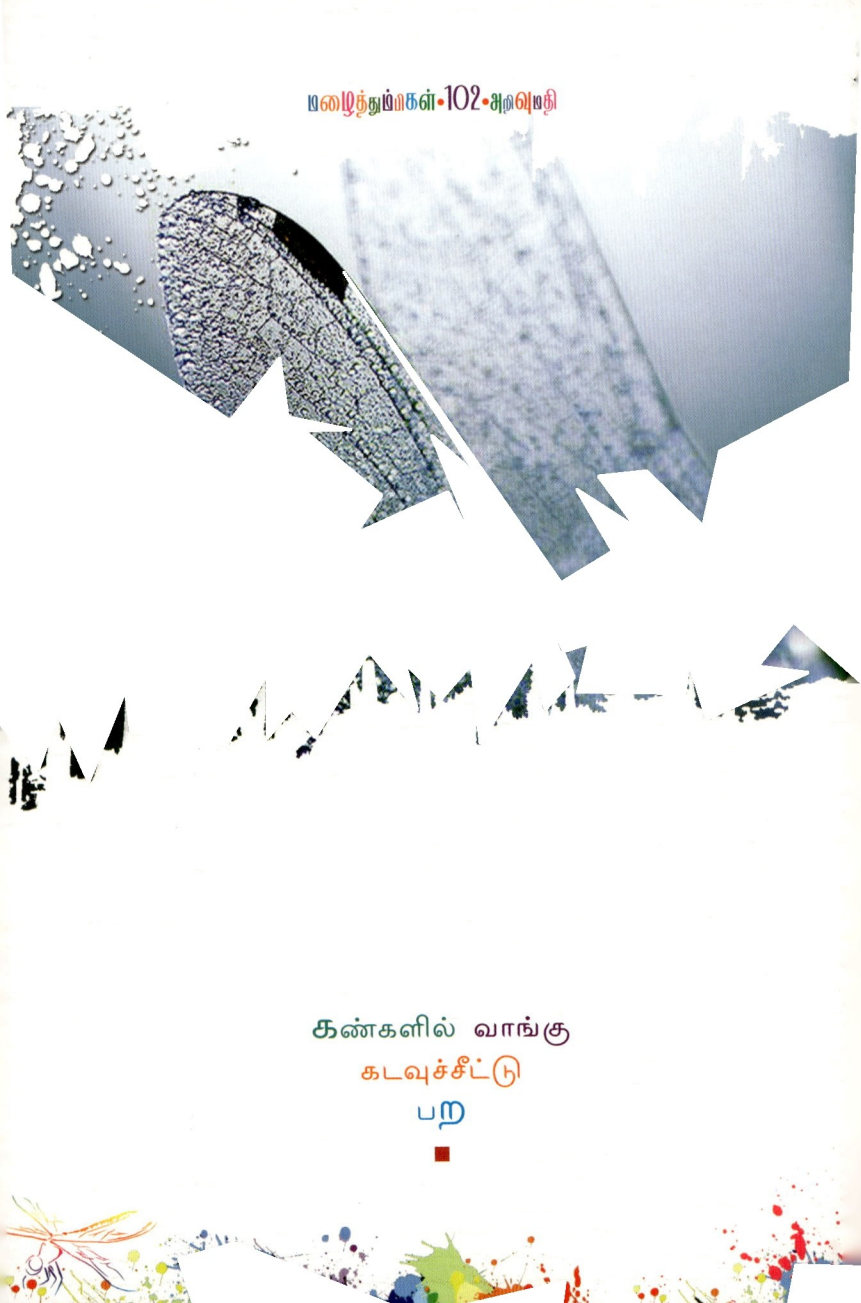

சந்திக்கையிலும் சரி
பிரிகையிலும் சரி
முத்தம் அழகு

மழைத்தும்பிகள் • 104 • அறிவுமதி

உடற்பயிற்சி நல்லது
உழைப்பு மிகமிகமிக
நல்லது

■

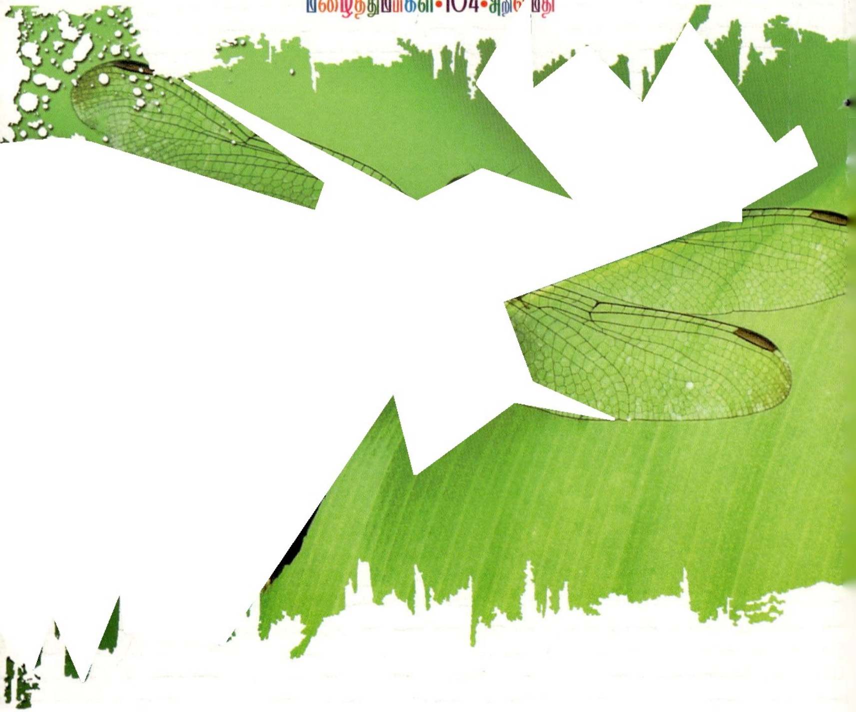

மழைத்துப்பிகள் • 105 • அருவுமதி

சாப்பிடுதல் சலிப்புதரும்
விருந்துண்ணல்
மகிழ்ச்சி தரும்

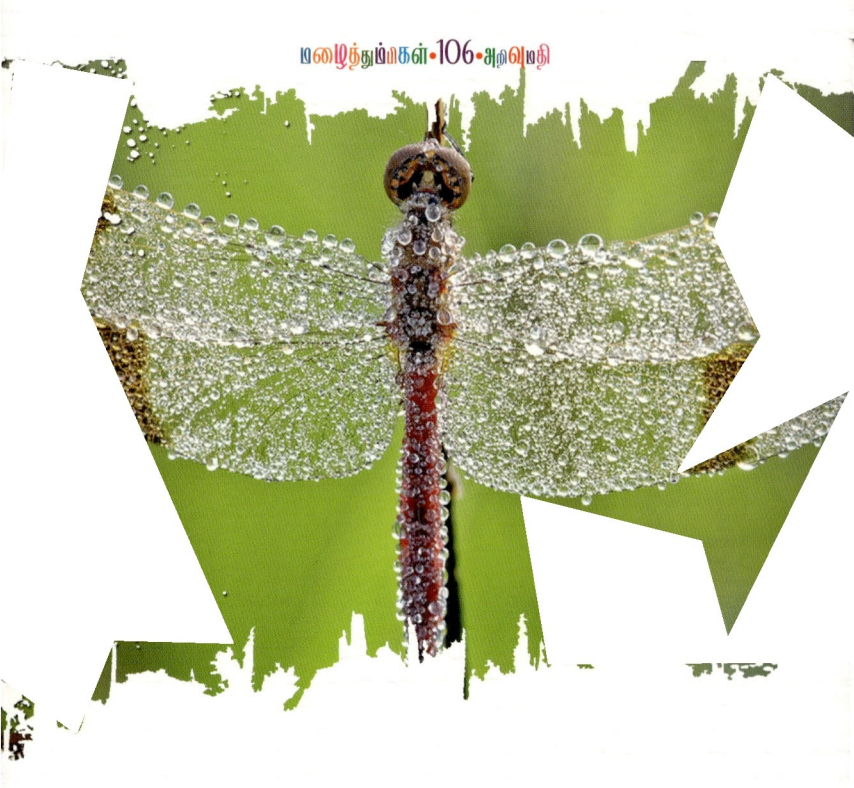

மழைத்தும்பிகள் • 106 • அறிவுமதி

மனவருத்தமா

சுற்றுலா செல்லுங்கள்

மழைத்துளிகள் • 107 • அறிவுமதி

நல்ல இடமா
மலை
நல்ல நேரமா
மழைக்காலப்
பின்னிரவு

■

விடைபெறும் நேரம்

கொடியவன் பிரிந்தான் என்பதால் என்னுளம் இறக்கும் - பின்
கொஞ்ச வருவான் எனஅது மீண்டும் பிறக்கும்

▪

காலைக் கதிர் வந்து பலகணி இடுக்கில் சிரிக்கும் - அது
காளை எட்டிப் பார்ப்பது போலவே இருக்கும்

▪

பாரதிதாசன்

"இரண்டு கயிறு உண்டு
 ஒன்று ஒரு சாண்
 மற்றொன்று முக்கால் சாண்
 ஒன்று ஆண்
 மற்றொன்று பெண்
கணவனும் மனைவியும்.
அவையிரண்டும் ஒன்றையொன்று
காமப் பார்வைகள்
பார்த்துக் கொண்டும்
புன்சிரிப்புச் சிரித்துக் கொண்டும்
ரசப் போக்கிலேயிருந்தன"

— பாரதி

ம்
பாரதியின் இந்தக் கயிறுகள்தாம்
குங்குமத்தின் இருபது இதழ்களில்
தும்பிகளாய்
மழைதெறிக்கப் பறந்து கொண்டிருந்தன

இனியும் உங்கள்
மனங்களில் நட்புணர்வோடு
இந்தத் தும்பிகள்
பறந்து கொண்டே இருக்கும்

ஔவை பறக்கவிட்ட தும்பிகள்தாம்
வள்ளுவன் பறக்கவிட்ட தும்பிகள்தாம்
அறிவுமதியும் பறக்கவிட்டேன்
அவ்வளவுதான்

இயற்கையின்
எல்லா உயிர்களும்
இந்தப் பசியை
இயற்கையாய் எதிர்கொள்கையில்
மாந்த உடல்கள் மட்டும்
இதில் செயற்கைகள் இட‌ற
திகைத்துத்
திணறுகின்றன

ஊர்களுக்குள் மட்டுமல்ல
உடல்களுக்குள்ளும்
வணிக வக்கிரங்கள் ஊடுருவத்
தொடங்கிவிட்டன

செயற்கைப் பெரும் பிரிவுகள்
இரவு பகல்
விழிப்பு மாற்றங்கள்
எல்லாம்
திட்டமிடப்பட்டே
நம் இல்லற வாழ்வின் மீது
திணிக்கப்பட்டுவிட்டன

இந்தச் சூழலில்
ஆயிரம் பணிகள் இருப்பினும்
உடல்வளப்
பயிற்சிகளுக்கான நேரத்தில்
உறுதியாய் இருங்கள்

புறமன அழுத்தங்களைப்
புறத்திலேயே கழற்றி எறியுங்கள்
நாட்கள் சேமித்துக்
காடுகளில் தொலையுங்கள்
காட்டாறுகளில் அமிழுங்கள்

வெளிப்படையாய் மனங்களால்
காமத்தைப் பகிர்ந்து
உடல்களால் நட்புச் செய்யுங்கள்

ஆம்
இறுதியாகவும் பாரதி -

"ஆண் நன்று
பெண் இனிது
உயிர் நன்று உடல் நன்று
உண்பீர் உணவாவீர்"

வாழ்த்துகளுடன்
உங்கள்
அறிவுமதி